AF206787

Impressum
Verlag: BABADADA GmbH, Nedderfeld 112 , 22529 Hamburg
Geschäftsführer / Verlagsleitung: Harald Hof
Druck: Books on Demand GmbH, In de Tarpen 42, 22848 Norderstedt

Imprint
Publisher: BABADADA GmbH, Nedderfeld 112 , 22529 Hamburg, Germany
Managing Director / Publishing direction: Harald Hof
Print: Books on Demand GmbH, In de Tarpen 42, 22848 Norderstedt, Germany

trường học

iskola

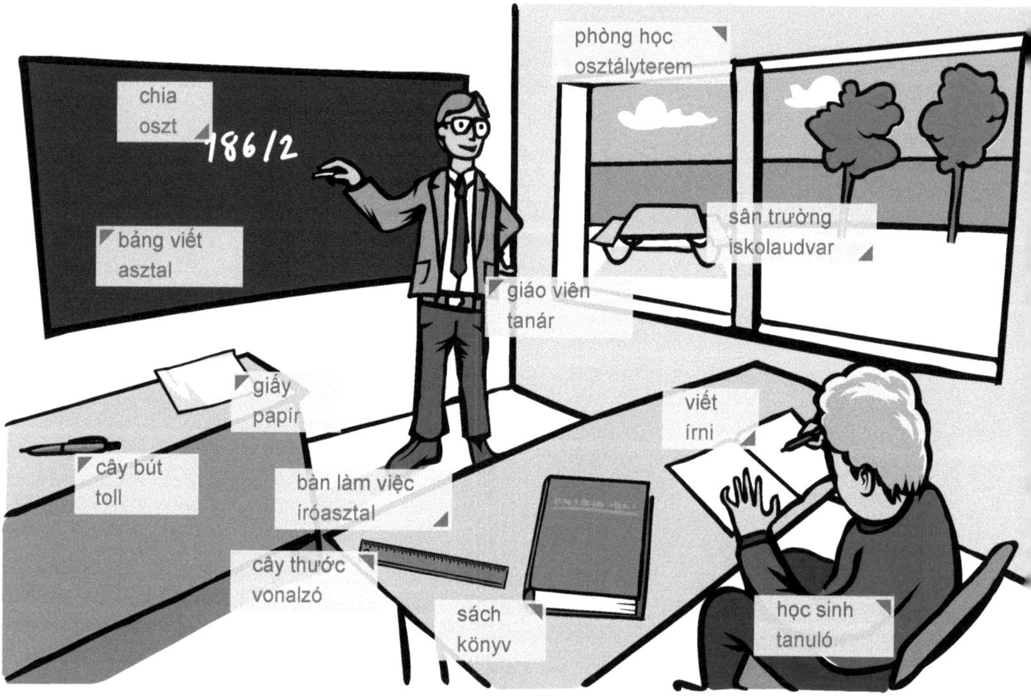

phòng học
osztályterem
chia
oszt
186/2
bảng viết
asztal
sân trường
iskolaudvar
giáo viên
tanár
giấy
papír
viết
írni
cây bút
toll
bàn làm việc
íróasztal
cây thước
vonalzó
sách
könyv
học sinh
tanuló

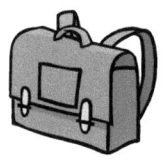

cặp đeo vai học sinh

iskolatáska

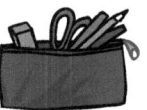

hộp đựng bút

tolltartó

bút chì

ceruza

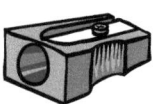

cái gọt bút chì

ceruzahegyező

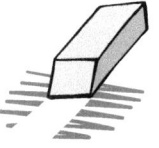

cục tẩy

radír

tập giấy vẽ

rajzfüzet

bản vẽ

rajz

cọ vẽ

ecset

hộp mực vẽ

festőkészlet

cây kéo

olló

keo dán

ragasztó

sách bài tập

munkafüzet

bài tập ở nhà

házi feladat

12

số

szám

2+2

cộng

összead

5-2

trừ

kivon

2×2

nhân

szoroz

tính toán

számol

A

chữ cái

betű

ABCDEFG
HIJKLMN
OPQRSTU
VWXYZ

bảng chữ cái

ABC

từ

szó

văn bản

szöveg

đọc

olvasni

phấn viết

kréta

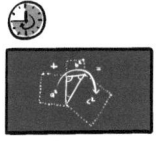

bài học

tanóra

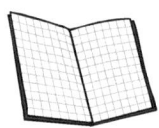

sổ lớp

napló

thi kiểm tra

vizsga

chứng chỉ

bizonyítvány

đồng phục học sinh

iskolai egyenruha

giáo dục

oktatás

từ điển bách khoa

enciklopédia

đại học

egyetem

kính hiển vi

mikroszkóp

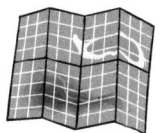

bản đồ

térkép

thùng rác giấy

papír-hulladék gyűjtő

du lịch
utazás

khách sạn
hotel
Grand
nhà trọ
szállás
ROOMS
quầy đổi tiền
valutaváltó iroda
va li
bőrönd
xe ô tô
autó

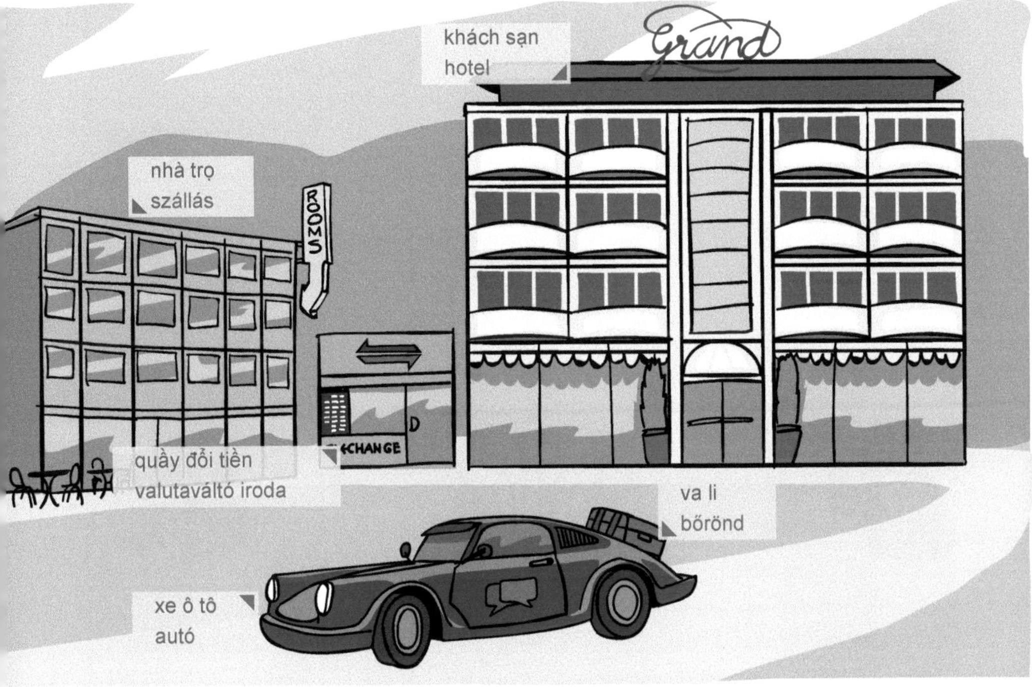

ngôn ngữ
....
nyelv

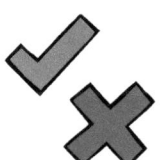

có / không
....
igen/nem

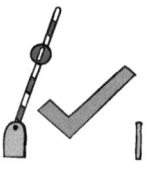

ô kê
....
rendben

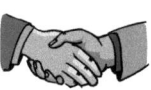

Xin chào
....
szia

thông dịch viên
....
fordító

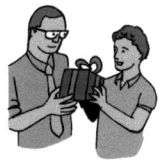

cám ơn
....
köszönöm

... bao nhiêu tiều?

mennyibe kerül...?

tôi không hiểu

nem értem

vấn đề

probléma

Xin chào! (buổi tối)

Jó estét!

xin chào! (buổi sáng)

jó reggelt!

chúc ngủ ngon!

jó éjszakát!

tạm biệt

viszontlátásra

hướng đi

útirány

hành lý

poggyász

túi xách

táska

túi ba lô

hátizsák

khách

vendég

phòng

szoba

túi ngủ

hálózsák

lều

sátor

thông tin du lịch

turista információ

bãi biển

strand

thẻ tín dụng

hitelkártya

ăn sáng

reggeli

ăn trưa

ebéd

ăn tối

vacsora

vé xe

jegy

thang máy

lift

tem bưu điện

bélyeg

biên giới

határ

hải quan

vám

đại sứ quán

nagykövetség

thị thực

vízum

hộ chiếu

útlevél

vận chuyển
közlekedés

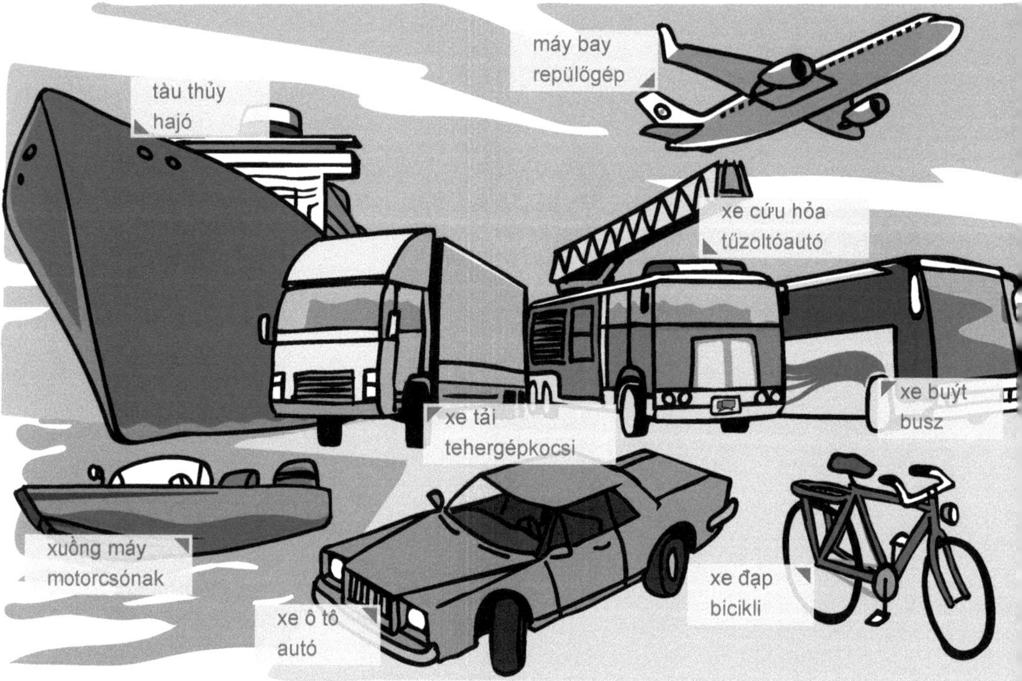
máy bay
repülőgép
tàu thủy
hajó
xe cứu hỏa
tűzoltóautó
xe buýt
busz
xe tải
tehergépkocsi
xuồng máy
motorcsónak
xe đạp
bicikli
xe ô tô
autó

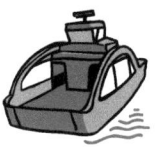

phà

komp

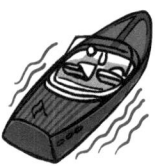

xuồng

csónak

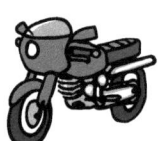

xe máy

motorkerékpár

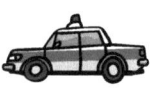

xe cảnh sát

rendőrautó

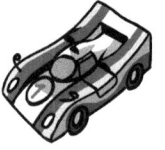

xe đua

versenyautó

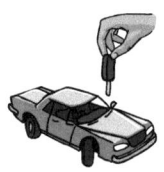

xe cho thuê

bérautó

dịch vụ thuê xe tự lái

telekocsi

xe kéo cứu hộ

vontató

xe rác

szemetes autó

động cơ

motor

xăng

üzemanyag

trạm xăng

benzinkút

biển báo giao thông

közlekedési tábla

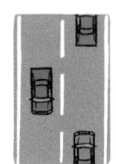

giao thông

forgalom

ách tắc giao thông

forgalmi dugó

bãi đậu xe

parkoló

nhà ga

vonatállomás

đường ray

sínek

xe lửa

vonat

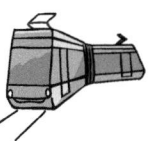

tàu điện

villamos

toa xe

vagon

máy bay trực thăng

helikopter

sân bay

repülőtér

tháp

torony

hành khách

utas

côngtenơ

konténer

thùng các-tông

kartondoboz

xe đẩy

taliga

cái giỏ

kosár

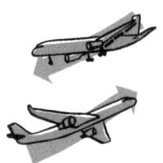

cất cánh / hạ cánh

felszáll / leszáll

thành phố
város

làng

falu

trung tâm thành phố

városközpont

nhà

ház

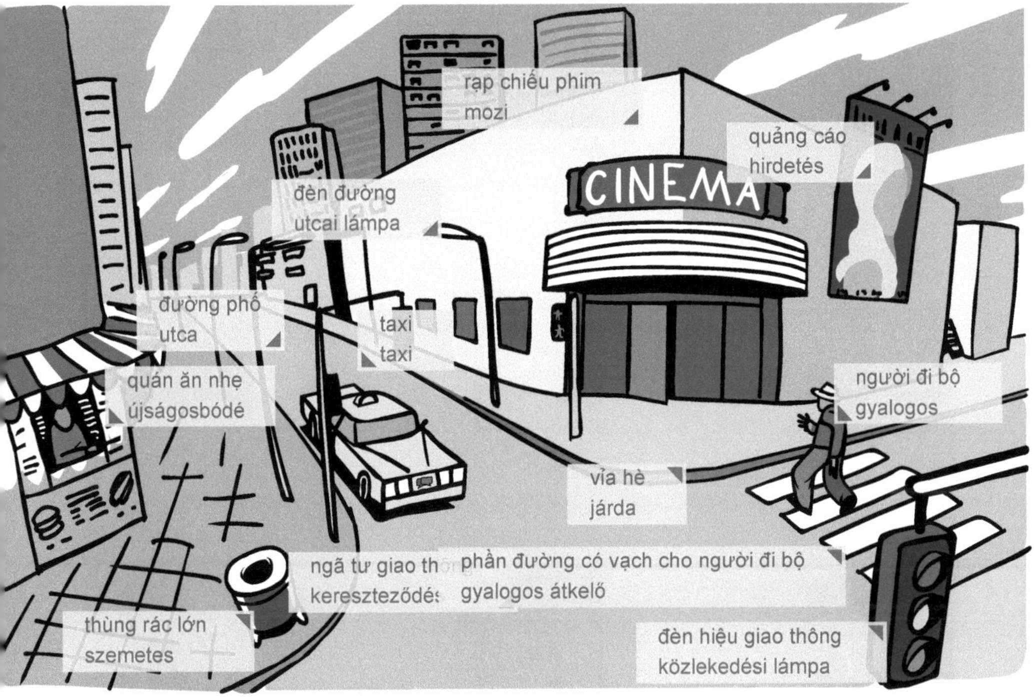

rạp chiếu phim
mozi

quảng cáo
hirdetés

CINEMA

đèn đường
utcai lámpa

đường phố
utca

taxi
taxi

quán ăn nhẹ
újságosbódé

người đi bộ
gyalogos

vỉa hè
járda

ngã tư giao th phần đường có vạch cho người đi bộ
kereszteződés gyalogos átkelő

thùng rác lớn
szemetes

đèn hiệu giao thông
közlekedési lámpa

nhà chòi
....
kunyhó

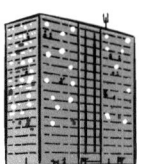

căn hộ
....
lakás

nhà ga
....
vonatállomás

tòa thị chính
....
városháza

viện bảo tàng
....
múzeum

trường học
....
iskola

đại học
egyetem

ngân hàng
bank

bệnh viện
kórház

khách sạn
hotel

hiệu thuốc
gyógyszertár

văn phòng
iroda

hiệu sách
könyvesbolt

cửa hiệu
üzlet

cửa hiệu bán hoa
virágüzlet

siêu thị
szupermarket

chợ
piac

cửa hàng bách hóa
áruház

người bán cá
halárus

trung tâm mua bán
bevásárló központ

bến cảng
kikötő

công viên
park

ghế băng
pad

cầu
híd

cầu thang
lépcső

tàu điện ngầm
metró

đường hầm
alagút

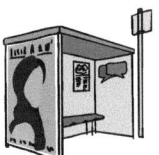

trạm xe buýt
buszmegálló

quán bar
bár

khách sạn
étterem

hòm thư công cộng
postaláda

bảng hiệu đường
utcatábla

đồng hồ đậu xe
parkoló óra

vườn bách thú
állatkert

bể bơi
uszoda

nhà thờ Hồi giáo
mecset

nông trại
gazdálkodás

ô nhiễm môi trường
környezetszennyezés

nghĩa trang
temető

nhà thờ
templom

sân chơi
játszótér

ngôi đền
szentély

phong cảnh
táj

lá cây
levél

bảng chỉ đường
útjelző tábla

lối đi
út

bãi cỏ
rét

hòn đá
kő

người đi bộ đường dài
túrázó

cây
fa

sông
folyó

cỏ
fű

bông hoa
virág

thung lũng

völgy

đồi

domb

hồ nước

tó

rừng

erdő

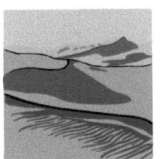

sa mạc

sivatag

núi lửa

vulkán

lâu đài

kastély

cầu vồng

szivárvány

nấm

gomba

cây cọ

pálmafa

con muỗi

szúnyog

con ruồi

légy

con kiến

hangya

con ong

méhecske

con nhện

pók

bọ cánh cứng
bogár

con ếch
béka

con sóc
mókus

con nhím
sündisznó

con thỏ
nyúl

con cú
bagoly

con chim
madár

thiên nga
hattyú

heo rừng
vaddisznó

con hươu
szarvas

nai sừng tấm
rénszarvas

đê
gát

tuabin gió
szélturbina

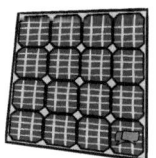

tấm năng lượng mặt trời
napelem

khí hậu
éghajlat

khách sạn
étterem

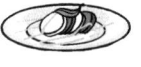

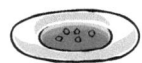

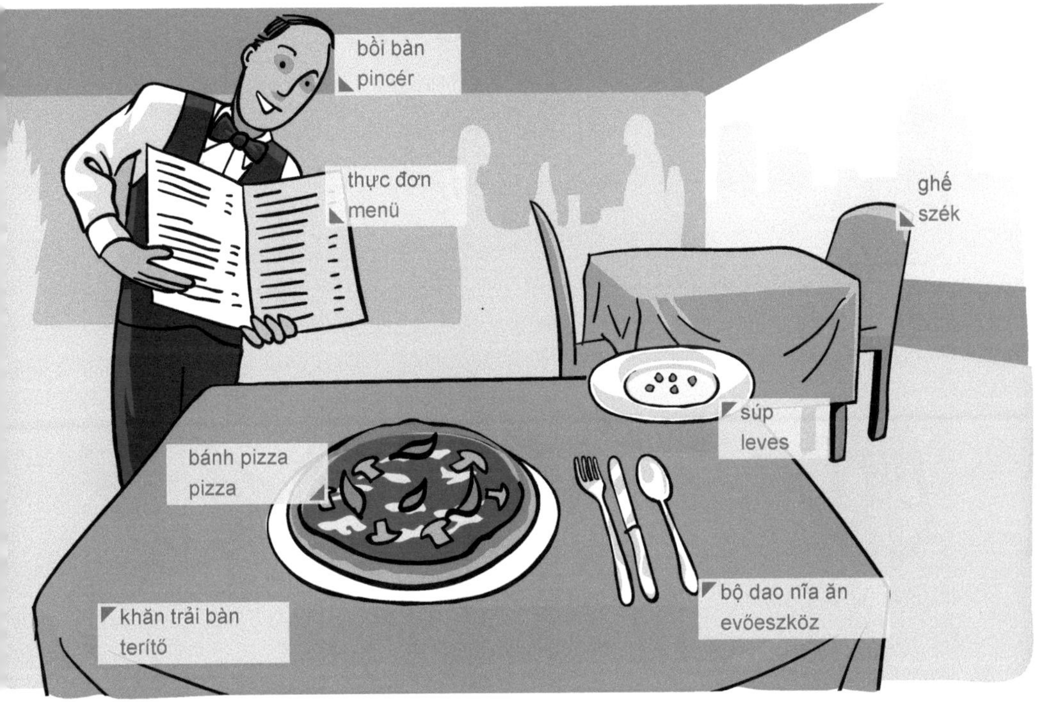

bồi bàn
pincér
thực đơn
menü
ghế
szék
súp
leves
bánh pizza
pizza
khăn trải bàn
terítő
bộ dao nĩa ăn
evőeszköz

món ăn khai vị
....
előétel

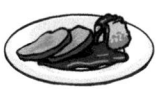

món ăn chính
....
főétel

món tráng miệng
....
desszert

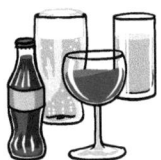

thức uống
....
italok

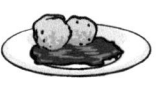

thức ăn
....
étel

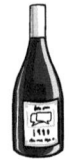

cái chai
....
üveg

thức ăn nhanh

gyorsétel

thức ăn đường phố

gyorsétel

ấm trà

teás kanna

hộp đường

cukortartó

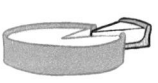

khẩu phần

adag

máy pha espresso

eszpresszógép

ghế cao

bárszék

hóa đơn

számla

khay

tálca

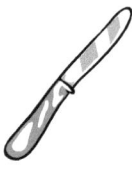

dao

kés

nĩa

villa

thìa

kanál

thìa uống trà

teáskanál

khăn ăn

szalvéta

cốc thủy tinh

pohár

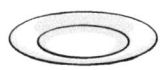

đĩa
tányér

đĩa súp
leveses tányér

đĩa lót cốc
csészealj

nước sốt
szósz

lọ muối
sószóró

cái xay tiêu
borsőrlő

giấm
ecet

dầu
étkezési olaj

gia vị
fűszerek

nước xốt cà chua
ketchup

tương hạt cải
mustár

nước sốt mayonnaise
majonéz

siêu thị

szupermarket

chào giá đặc biệt
különleges ajánlat
FOR
khách hàng
ügyfél
sản phẩm từ sữa
tejtermék
trái cây
gyümölcsök
xe đẩy mua sắm
bevásárló kocsi

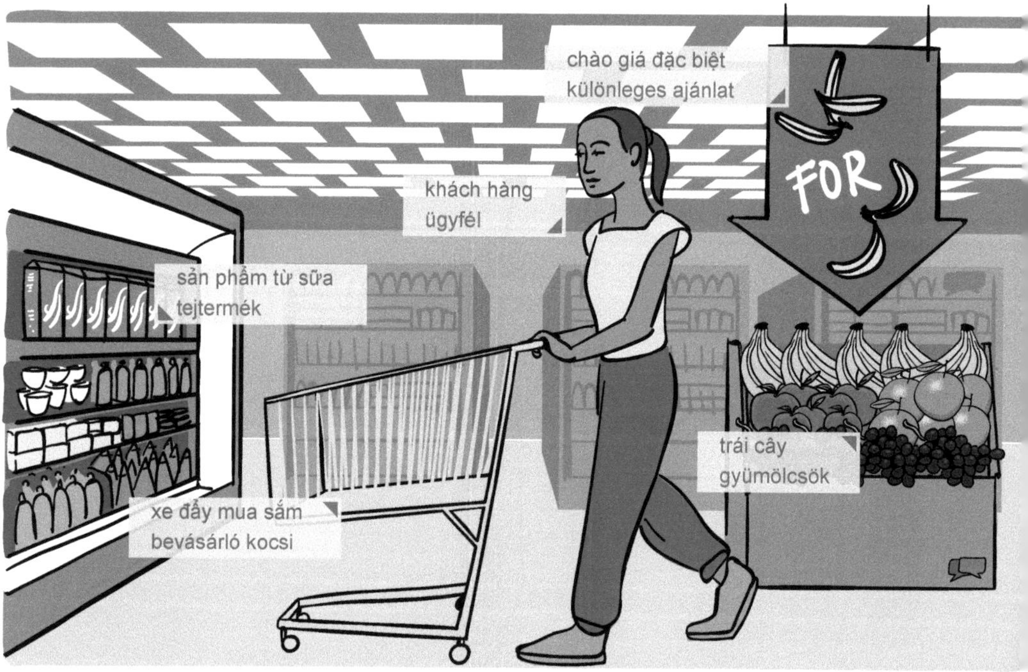

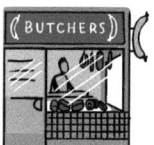

BUTCHERS

lò mổ

hontoc

BAKERY

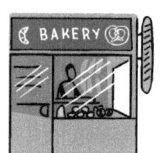

cửa hiệu bán bánh mì

pékség

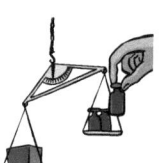

cân nặng

nyom valamennyit

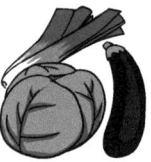

rau quả

zöldség

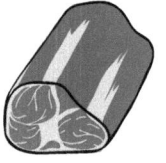

thịt

hús

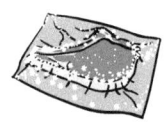

thức ăn đông lạnh

fagyasztott áru

lát thịt nguội
felvágott

đồ hộp
konzerv

bột giặt
mosópor

đồ ngọt
édességek

sản phẩm dùng trong gia đình
háztartási termék

chất tẩy rửa
tisztítószerek

người bán hàng
eladó

quầy trả tiền
pénztárgép

nhân viên thu ngân
eladó

danh sách mua sắm
bevásárló lista

giờ mở cửa
nyitva tartás

ví tiền
levéltárca

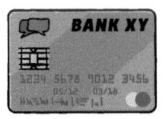

thẻ tín dụng
hitelkártya

túi đeo
zacskó

túi ny lông
műanyag zacskó

nước

víz

nước quả ép

gyümölcslé

sữa

tej

coca-cola

kóla

rượu vang

bor

bia

sör

cồn

alkohol

cacao

kakaó

trà

tea

cà phê

kávé

espresso

eszpresszó

cappuccino

kapucsínó

chuổi

banán

quả táo

alma

quả cam

narancs

dưa hấu

sárgadinnye

chanh

citrom

cà rốt

sárgarépa

tỏi

fokhagyma

tre

bambusz

củ hành

hagyma

nấm

gomba

hạt dẻ

magvak

mì

nokedli

mì spaghetti

spagetti

cơm

rizs

xà lách

saláta

khoai tây chiên

sült krumpli

khoai tây chiên

sült burgonya

bánh pizza

pizza

bánh hamburger

hamburger

bánh mì sandwich

szendvics

thịt côtlet

hússzelet

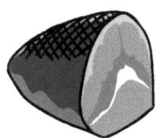

thịt giăm bông

sonka

xúc xích

szalámi

dồi

kolbász

gà

csirke

rán

pecsenye

cá

hal

cháo yến mạch

zabkása

cháo muesli

müzli

bánh bột ngô nướng

kukoricapehely

bột mì

liszt

bánh sừng bò

croissant

bánh mì

zsemle

bánh mì

kenyér

bánh mì nướng

pirítós kenyér

bánh bích quy

keksz

bơ

vaj

sữa đông

túró

bánh ngọt

sütemény

trứng

tojás

trứng rán

tükörtojás

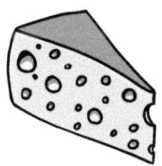

pho mát

sajt

kem
jégkrém

đường
cukor

mật ong
méz

mứt
lekvár

kem nougat
mogyorókrém

cà ri
curry

thức ăn - étel

nông trại
gazdálkodás

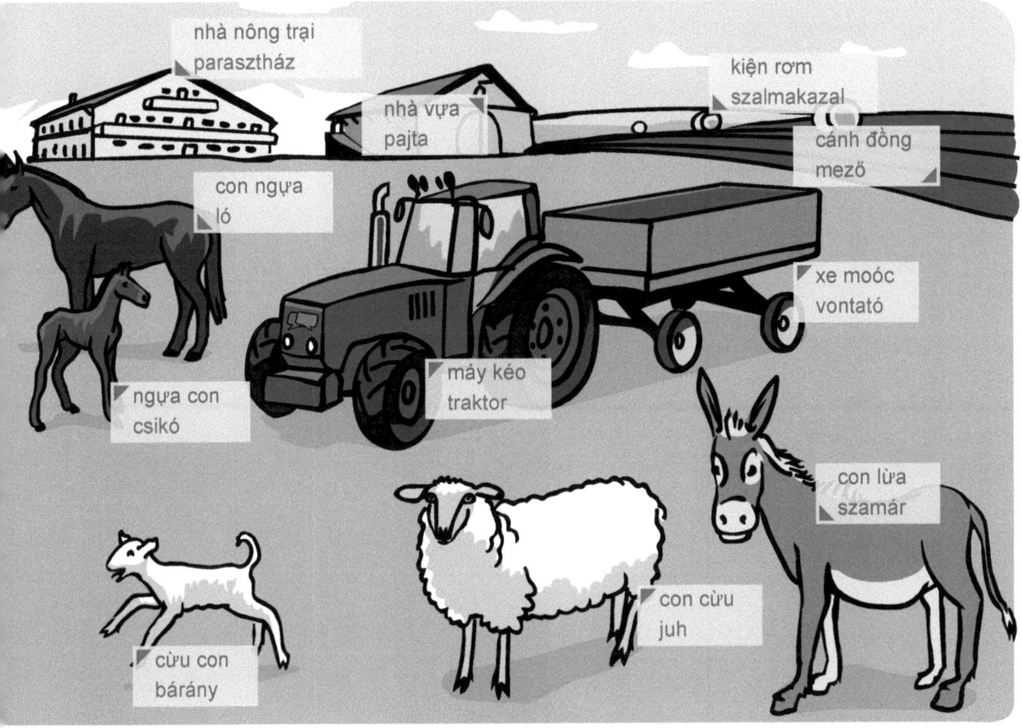
nhà nông trại
parasztház
nhà vựa
pajta
kiện rơm
szalmakazal
cánh đồng
mező
con ngựa
ló
xe moóc
vontató
máy kéo
traktor
ngựa con
csikó
con lừa
szamár
con cừu
juh
cừu con
bárány

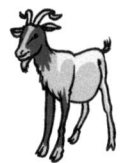

con dê
kecske

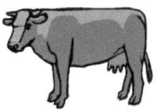

con bò
tehén

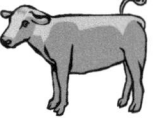

con bê
borjú

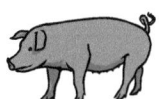

con lợn
malac

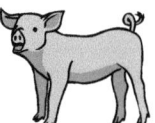

lợn con
kismalac

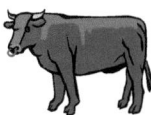

bò đực
bika

con ngỗng

liba

con vịt

kacsa

gà con

csibe

gà mái

tojó

gà trống

kakas

con chuột

patkány

mèo

macska

chuột nhắt

egér

bò đực

ökör

con chó

kutya

nhà chuồng chó

kutyaház

ống tưới vườn cây

kerti öntözőcső

thùng tưới cây

öntözőkanna

lưỡi hái

kasza

cái cày

eke

cái liềm
sarló

cái cuốc
kapa

cái chĩa
vasvilla

cái rìu
fejsze

xe cút kít
talicska

máng ăn
teknő

lọ sữa
tejes kancsó

bao tải
zsák

hàng rào
kerítés

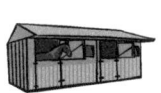

chuồng
istálló

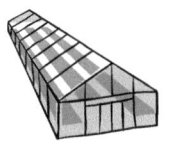

nhà kính trồng cây
üvegház

đất trồng
talaj

hạt giống
vetőmag

phân bón
trágya

máy gặt đập liên hợp
cséplőgép

thu hoạch
szüretelni

mùa thu hoạch
betakarítás

khoai lang
yamgyökér

lúa mì
búza

đậu nành
szója

khoai tây
burgonya

ngô
kukorica

hạt cải dầu
repcemag

cây ăn trái
gyümölcsfa

sắn
manióka

ngũ cốc
gabona

nhà
ház

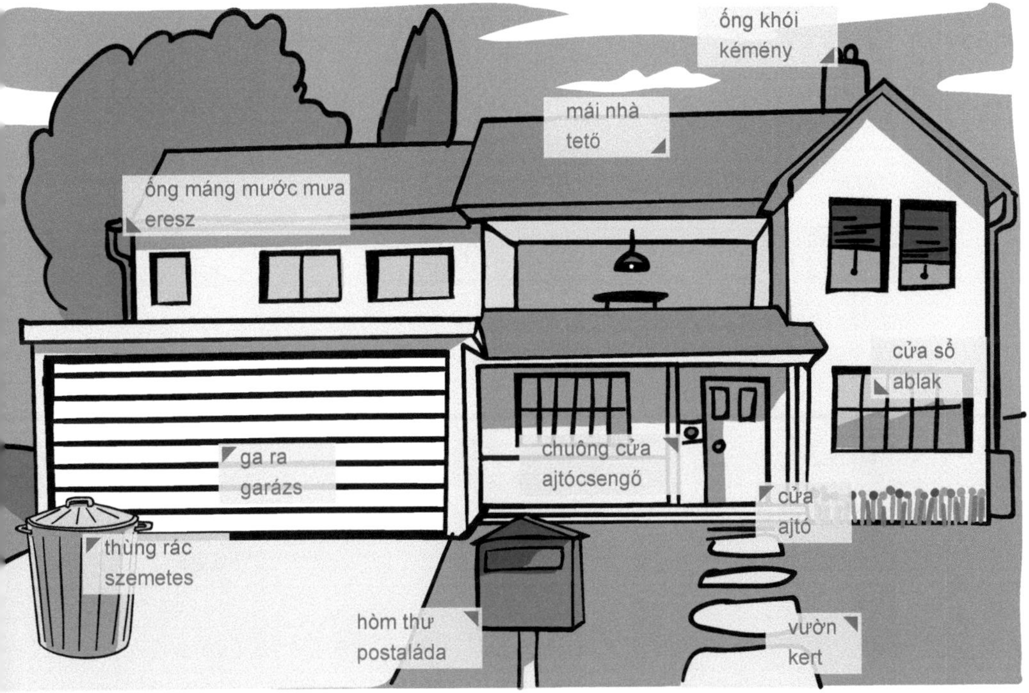

ống khói
kémény
mái nhà
tető
ống máng mước mưa
eresz
cửa sổ
ablak
ga ra
garázs
chuông cửa
ajtócsengő
cửa
ajtó
thùng rác
szemetes
hòm thư
postaláda
vườn
kert

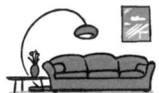

phòng khách
nappali

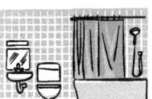

phòng tắm
fürdőszoba

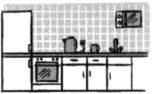

bếp
konyha

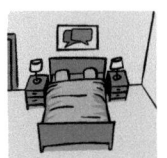

phòng ngủ
hálószoba

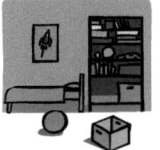

phòng trẻ em
gyerekszoba

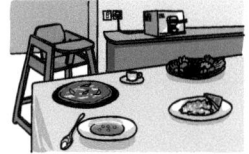

phòng ăn
ebédlő

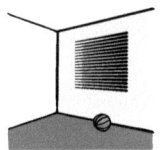

nền nhà

padló

tường

fal

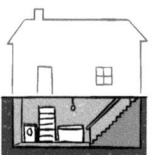

trần nhà

plafon

tầng hầm

pince

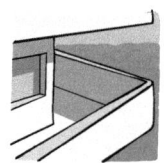

tắm hơi

szauna

ban công

erkély

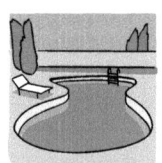

sân hiên

terasz

bể bơi

medence

máy cắt cỏ

fűnyíró

khăn trải giường

lepedő

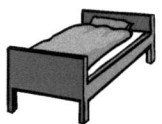

khăn trải giường

ágytakaró

giường

ágy

chổi

seprű

cái xô

vödör

công tắc điện

kapcsoló

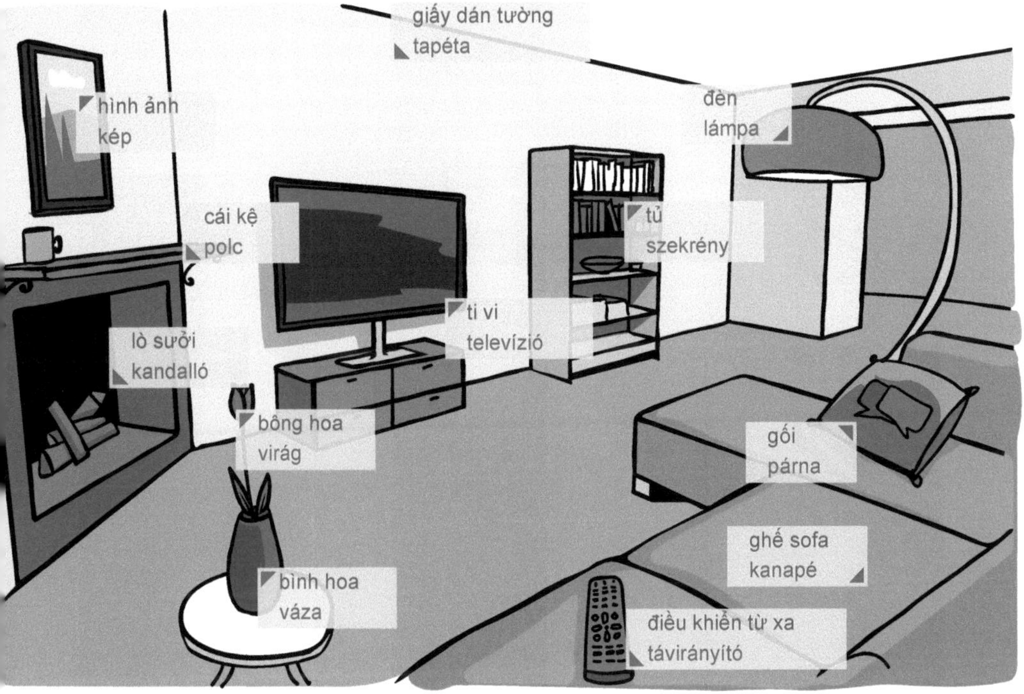

giấy dán tường
tapéta

hình ảnh
kép

đèn
lámpa

cái kệ
polc

tủ
szekrény

lò sưởi
kandalló

ti vi
televízió

bông hoa
virág

gối
párna

bình hoa
váza

ghế sofa
kanapé

điều khiển từ xa
távirányító

thảm

szőnyeg

rèm

függöny

cái bàn

asztal

ghế

szék

ghế bập bênh

hintaszék

ghế bành

karosszék

sách
könyv

cái chăn
takaró

đồ trang trí
dekoráció

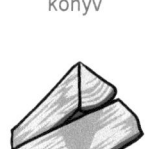

củi
tűzifa

phim
film

máy hi-fi
hifi

chìa khóa
kulcs

báo
újság

bức tranh
festmény

áp phích
poszter

radio
rádió

sổ ghi chép
jegyzetfüzet

máy hút bụi
porszívó

cây xương rồng
kaktusz

cây nến
gyertya

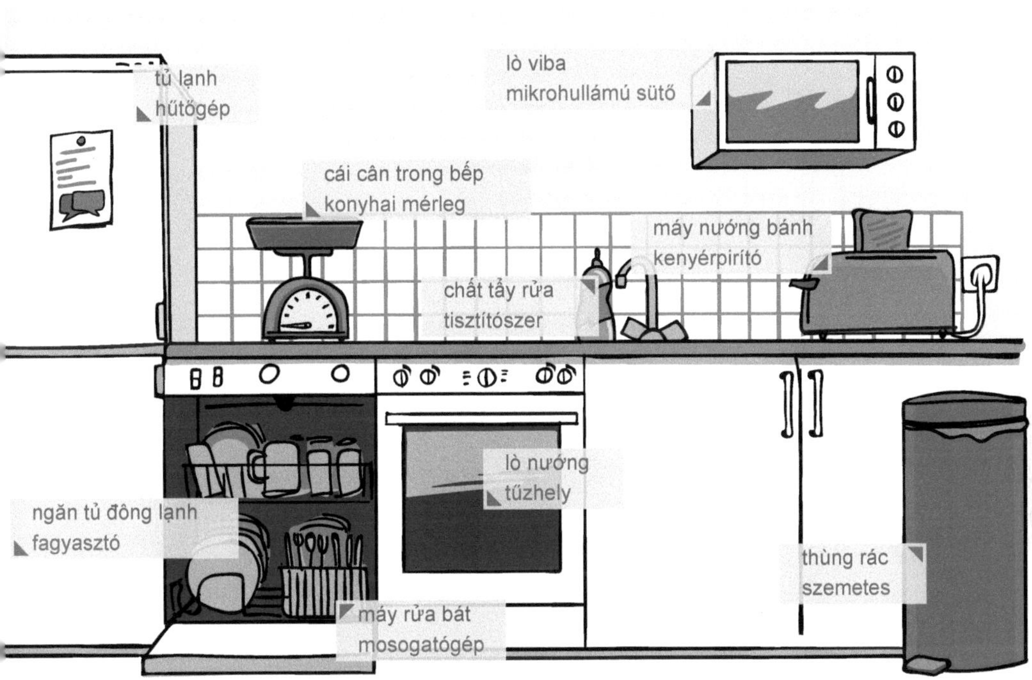

tủ lạnh
hűtőgép

lò viba
mikrohullámú sütő

cái cân trong bếp
konyhai mérleg

máy nướng bánh
kenyérpirító

chất tẩy rửa
tisztítószer

ngăn tủ đông lạnh
fagyasztó

lò nướng
tűzhely

thùng rác
szemetes

máy rửa bát
mosogatógép

lò nấu

tűzhely

nồi

edény

nồi sắt

vasfazék

chảo

wok / kadai

chảo

serpenyő

ấm đun nước

vízforraló

nồi đun hơi

pároló

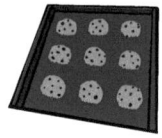

khay lò nướng

tepsi

bát đĩa

étkészlet

cốc

bögre

cái bát

tálka

đũa

evőpálcika

cái vá

merőkanál

bàn xẻng

keverőlapátka

que đánh kem

habverő

rây dùng trong bếp

szűrő

cái rây lọc

szita

cái nạo

reszelő

vữa

mozsár

vỉ nướng

grillsütő

ngọn lửa trần

kandalló

cái thớt

vágódeszka

trục cán bột

sodrófa

cái mở nút chai

dugóhúzó

vỏ đồ hộp

doboz

cái mở vỏ đồ hộp

konzervnyitó

miếng nhấc nồi

edényfogó

bồn rửa bát

mosogató

bàn chải

kefe

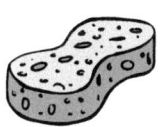

miếng xốp

szivacs

máy xay

turmixgép

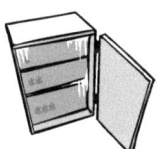

tủ đông lạnh

mélyhűtő

bình sữa cho trẻ sơ sinh

cumisüveg

vòi nước

csap

phòng tắm
fürdőszoba

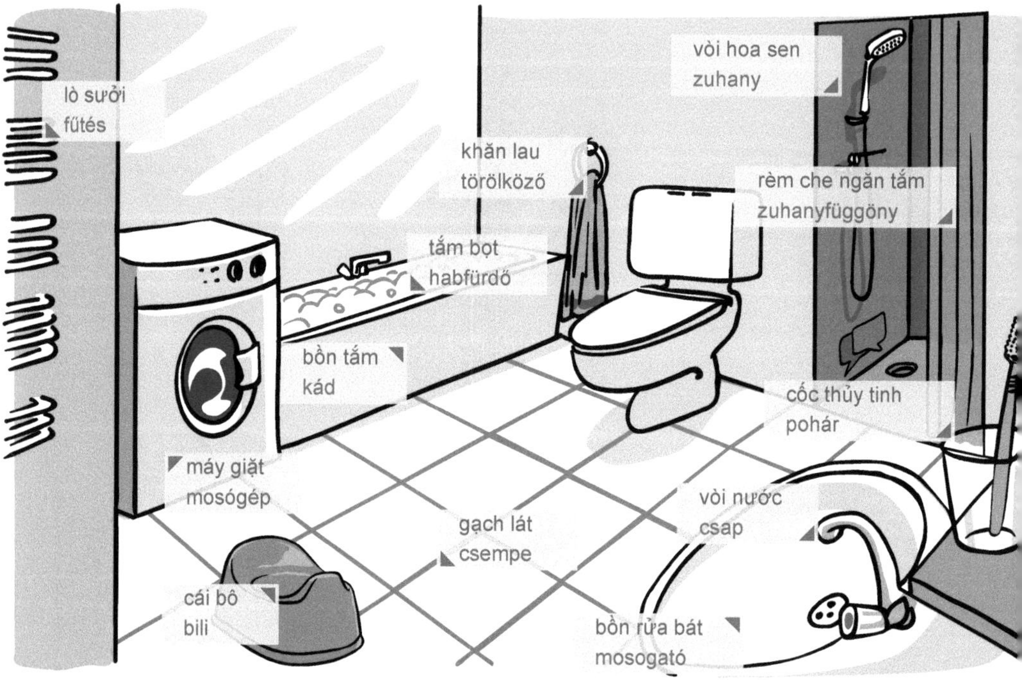

lò sưởi
fűtés
khăn lau
törölköző
vòi hoa sen
zuhany
rèm che ngăn tắm
zuhanyfüggöny
tắm bọt
habfürdő
bồn tắm
kád
cốc thủy tinh
pohár
máy giặt
mosógép
vòi nước
csap
gạch lát
csempe
cái bô
bili
bồn rửa bát
mosogató

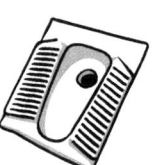

bồn cầu

toalett

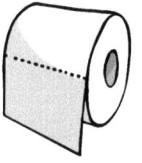

bồn cầu ngồi xổm

guggolós toalett

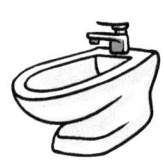

bồn rửa hậu môn

bidé

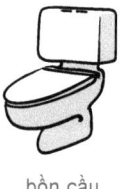

bồn tiểu tiện

piszoár

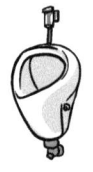

giấy vệ sinh

toalett papír

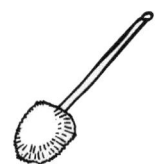

bàn chải cọ bồn cầu

wc kefe

bàn chải đánh răng

fogkefe

kem đánh răng

fogkrém

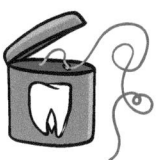

chỉ nha khoa

fogselyem

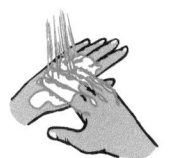

rửa

mosni

vòi sen cầm tay

kézi zuhany

vòi rửa hậu môn

intimzuhany

bồn rửa

mosdótál

bàn chải cọ lưng

hátmosó kefe

xà phòng

szappan

sữa tắm

tusfürdő

dầu gội

sampon

khăn cọ để tắm

mosdókesztyű

lỗ thoát nước

lefolyó

kem

krém

chất khử mùi

dezodor

gương
tükör

gương tay
kézitükör

dao cạo râu
borotva

kem cạo râu
borotvahab

nước thơm dùng sau khi
cạo râu
borotválkozás utáni
arcszesz

cái lược
fésű

bàn chải
hajkefe

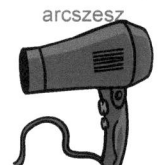

máy xấy tóc
hajszárító

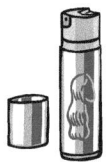

keo xịt tóc
hajlakk

đồ trang điểm
smink

thỏi son môi
ajakrúzs

sơn bôi móng
körömlakk

bông
vatta

kéo cắt móng
körömvágó olló

nước hoa
parfüm

túi đựng đồ tắm

neszesszer

ghế đẩu

sámli

cái cân

mérleg

áo choàng tắm

köntös

găng tay làm vệ sinh

gumikesztyű

nút gạc

tampon

băng vệ sinh

egészségügyi betét

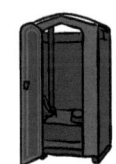

nhà vệ sinh hóa chất

vegyi WC

phòng trẻ em
gyerekszoba

đồng hồ báo thức
ébresztő óra
thú bông
plüssállat
xe đồ chơi
játékautó
cái lúc lắc
csörgő
nhà búp bê
babaház
món quà
ajándék

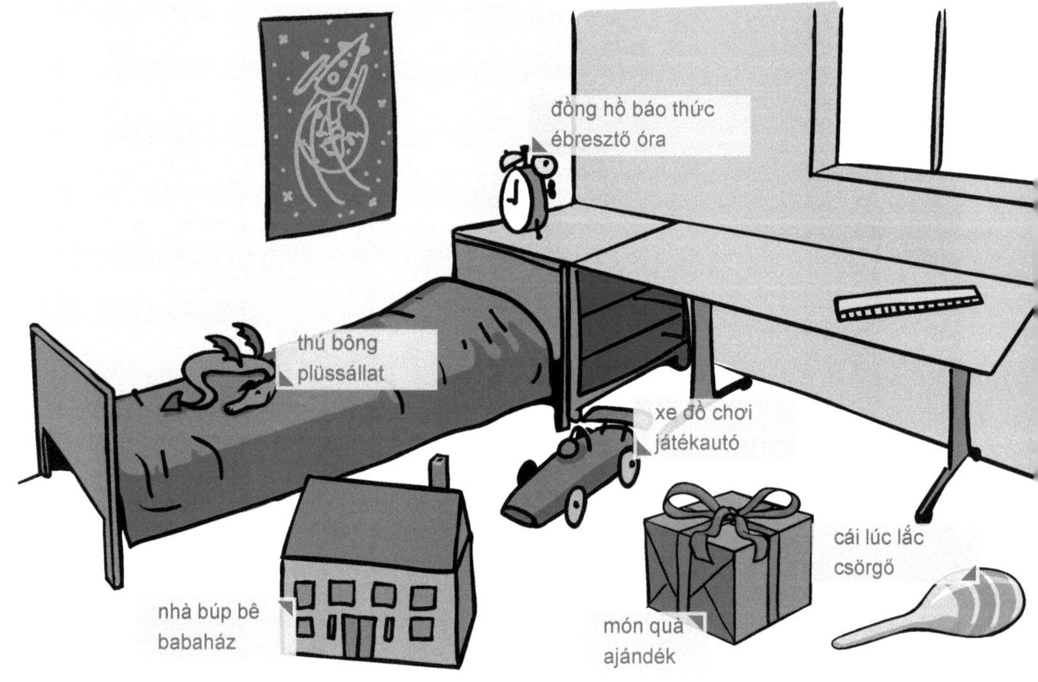

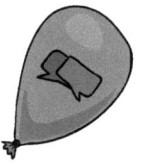

bong bóng

lufi

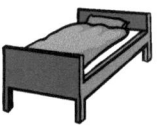

giường

ágy

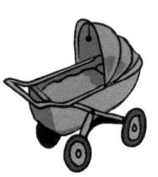

xe nôi

babakocsi

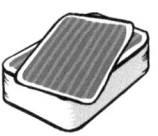

trò chơi bài

kártyapakli

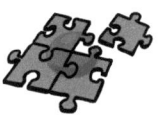

trò chơi ghép hình

kirakós játék

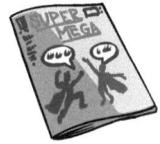

truyện tranh

képregény

gạch Lego

építőkockák

khối xếp hình

építőelem

nhân vật hành động

szuperhős

áo liền quần cho trẻ sơ sinh

rugdalózó

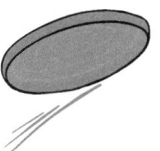

đĩa nhựa để ném

frizbi

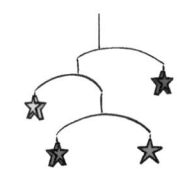

đồ chơi treo trên giường

zenélő forgó

trò chơi cờ bàn

társasjáték

xúc xắc

kocka

đồ chơi xe lửa mô hình

modellvasút

ti giả

cumi

buổi tiệc

zsúr

sách tranh

képeskönyv

quả bóng

labda

búp bê

baba

chơi

játszani

hố cát

homokozó

cái đu

hinta

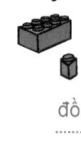

đồ chơi

játékok

máy chơi game cầm tay

videójáték konzol

xe ba bánh

tricikli

gấu bông

teddi maci

tủ quần áo

ruhásszekrény

y phục
ruházat

bít tất

zokni

bít tất dài

harisnya

quần tất

harisnyanadrág

khăn choàng cổ
sál

ô che mưa
esernyő

áp phông
póló

dây thắt lưng
öv

ủng
csizma

dép đi trong nhà
papucs

giày sneaker
tornacipő

dép xăng đan
szandál

giày
cipő

ủng cao su
gumicsizma

quần lót
alsónadrág

áo ngực
melltartó

áo vest
mellény

áo ôm sát cơ thể
....
body

quần dài
....
nadrág

quần bò
....
farmer

váy
....
szoknya

áo cánh
....
blúz

áo sơ mi
....
ing

áo len chui đầu
....
pulóver

áo len
....
kapucnis pulóver

áo blazer
....
blézer

áo jacket
....
dzseki

áo khoác
....
kabát

áo mưa
....
esőkabát

trang phục
....
kosztüm

áo váy
....
ruha

áo cưới
....
esküvői ruha

bộ com lê
öltöny

áo ngủ
hálóing

pijama
pizsama

trang phục sari
szári

khăn trùm đầu
fejkendő

khăn đội đầu
turbán

áo burka
burka

áo captan
kaftán

áo aba
abaya

quần áo bơi
fürdőruha

quần bơi
fürdőnadrág

quần đùi
rövidnadrág

quần áo tracksuit
tréningruha

tạp dề
kötény

găng tay
kesztyű

cái cúc

gomb

kính mắt

szemüveg

vòng đeo tay

karkötö

vòng cổ

nyaklánc

nhẫn

gyűrű

hoa tai

fülbevaló

mũ lưỡi trai

sapka

cái mắc treo áo quần

vállfa

mũ

kalap

cà vạt

nyakkendö

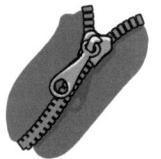

dây kéo phéc mơ tuya

cipzár

mũ bảo hiểm

bukósisak

dây đeo quần

nadrágtartó

đồng phục học sinh

iskolai egyenruha

đồng phục

egyenruha

y phục - ruházat

yếm trẻ em

elöke

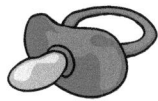

ti giả

cumi

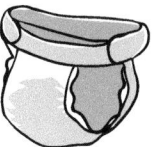

tã lót

pelenka

văn phòng
iroda

máy chủ
szerver

tủ hồ sơ
irattartó szekrény

máy in
nyomtató

màn hình
képernyő

giấy
papír

bàn làm việc
íróasztal

chuột máy tính
egér

thư mục
mappa

bàn phím
billentyűzet

thùng rác giấy
papír-hulladék gyűjtő

máy tính
számítógép

ghế
szék

cốc cà phê

kávéscsésze

máy tính bỏ túi

számológép

internet

internet

laptop
laptop

thư
levél

tin nhắn
üzenet

điện thoại di động
mobiltelefon

mạng
hálózat

máy photocopy
fénymásoló

phần mềm
szoftver

điện thoại
telefon

ổ cắm điện
konnektor

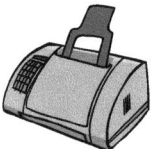

máy fax
faxgép

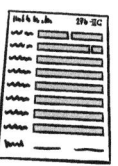

mẫu đơn
formanyomtatvány

chứng từ
dokumentum

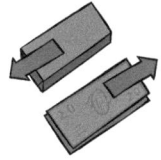

mua
venni

trả tiền
fizetni

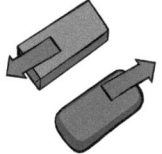

buôn bán
kereskedni

tiền
pénz

đô la
dollár

Euro
euró

yên
jen

rúp
rubel

franc Thụy Sĩ
svájci frank

nhân dân tệ
kínai jüan

rupi
rúpia

máy rút tiền tự động
bankautomata

quầy đổi tiền

valutaváltó iroda

vàng

arany

bạc

ezüst

dầu

olaj

năng lượng

energia

giá tiền

ár

hợp đồng

szerződés

thuế

adó

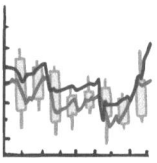

cổ phiếu

részvény

làm việc

dolgozni

nhân viên

munkavállaló

chủ lao động

munkaadó

nhà máy

gyár

cửa hiệu

üzlet

nghề nghiệp
foglalkozások

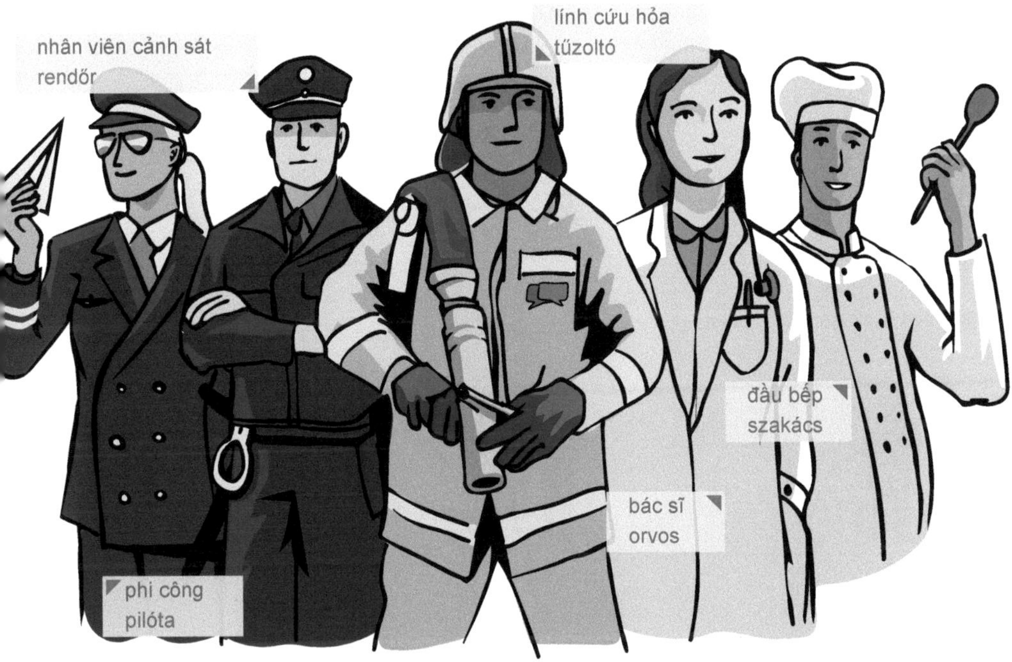
nhân viên cảnh sát
rendőr
lính cứu hỏa
tűzoltó
đầu bếp
szakács
bác sĩ
orvos
phi công
pilóta

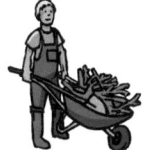

người làm vườn

kertész

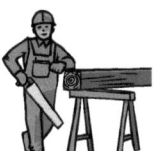

thợ mộc

kárpitos

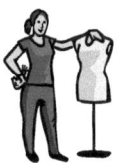

thợ may

varrónő

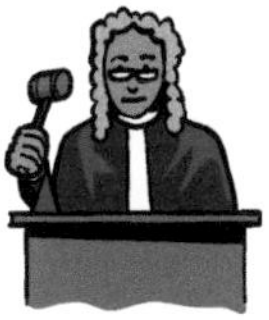

chánh án

bíró

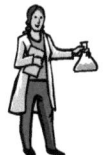

nhà hóa học

vegyész

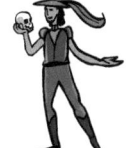

diễn viên

színész

tài xế xe buýt

buszsofőr

người lái taxi

taxisofőr

ngư dân

halász

người lau dọn vệ sinh

bejárónő

thợ lợp mái nhà

tetőfedő

bồi bàn

pincér

thợ săn

vadász

họa sĩ

festő

thợ làm bánh

pék

thợ điện

villanyszerelő

thợ xây dựng

építőmunkás

kỹ sư

mérnök

người hàng thịt

hentes

thợ sửa ống nước

vízvezeték-szerelő

người đưa thư

postás

người lính
katona

kiến trúc sư
építész

nhân viên thu ngân
eladó

người bán hoa
virágos

thợ cắt tóc
fodrász

nhân viên soát vé
kalauz

thợ cơ khí
műszerész

thuyền trưởng
kapitány

nha sĩ
fogorvos

nhà khoa học
tudós

giáo sĩ Do thái
rabbi

lãnh tụ Hồi giáo
imám

nhà sư
szerzetes

mục sư
lelkész

dụng cụ
szerszámok

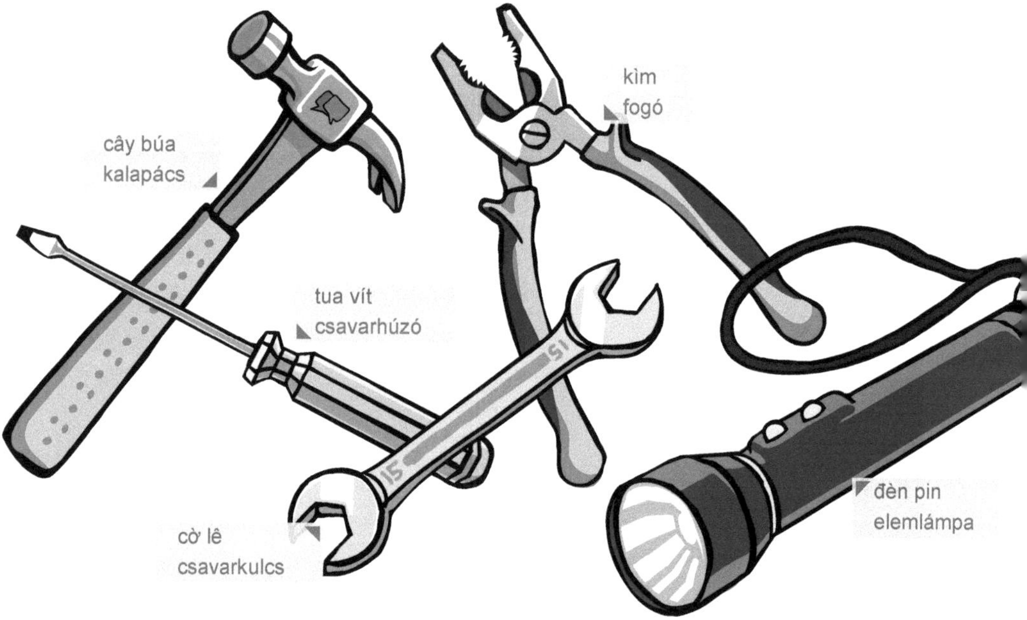

kìm
fogó
cây búa
kalapács
tua vít
csavarhúzó
cờ lê
csavarkulcs
đèn pin
elemlámpa

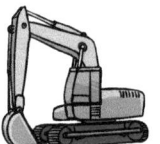

máy xúc đất

markológép

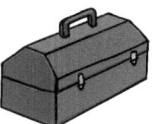

hộp dụng cụ

szerszámosláda

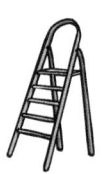

cái thang

vödör

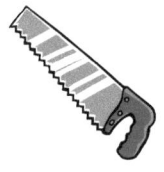

cưa

fűrész

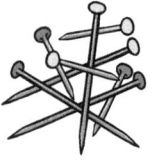

đinh

szög

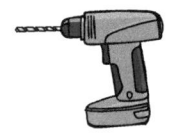

máy khoan

fúrógép

sửa chữa

megjavítani

cái xẻng

lapát

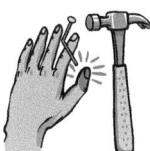

khốn nạn!

A francba!

cái hót rác

szemétlapát

thùng sơn

festékesdoboz

vít

csavar

nhạc cụ
hangszerek

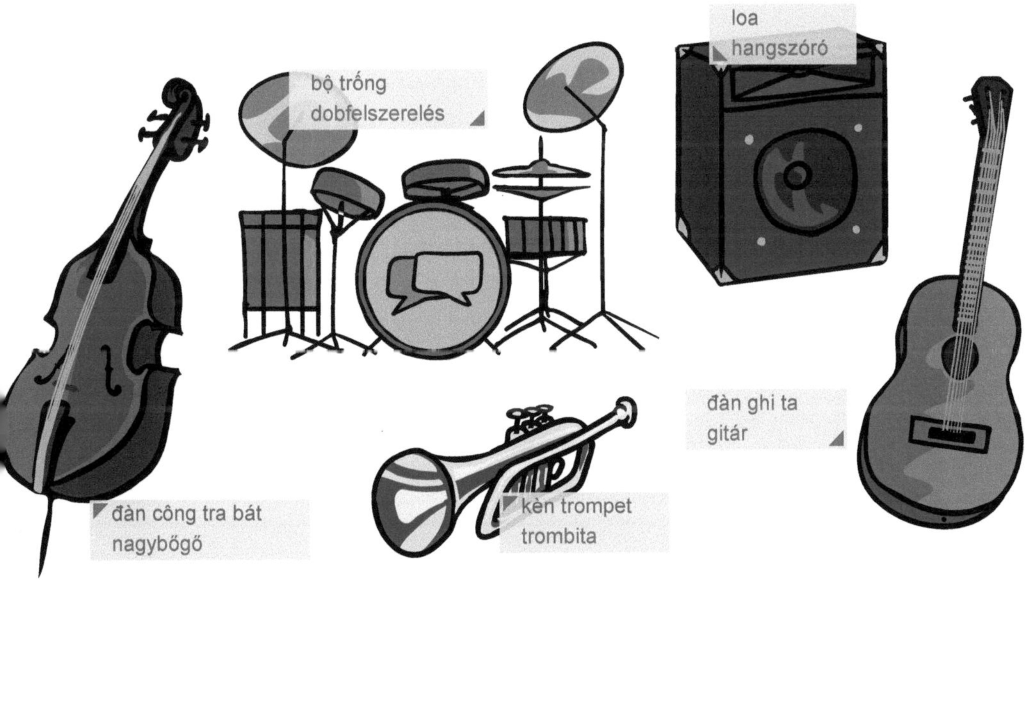

loa
hangszóró

bộ trống
dobfelszerelés

đàn ghi ta
gitár

đàn công tra bát
nagybőgő

kèn trompet
trombita

đàn piano

zongora

đàn vĩ cầm

hegedű

ghi ta bass

basszusgitár

trống định âm

üstdob

trống

dobok

đàn organ

digitális zongora

kèn Saxophone

szaxofon

sáo

fuvola

micro

mikrofon

vườn bách thú
állatkert

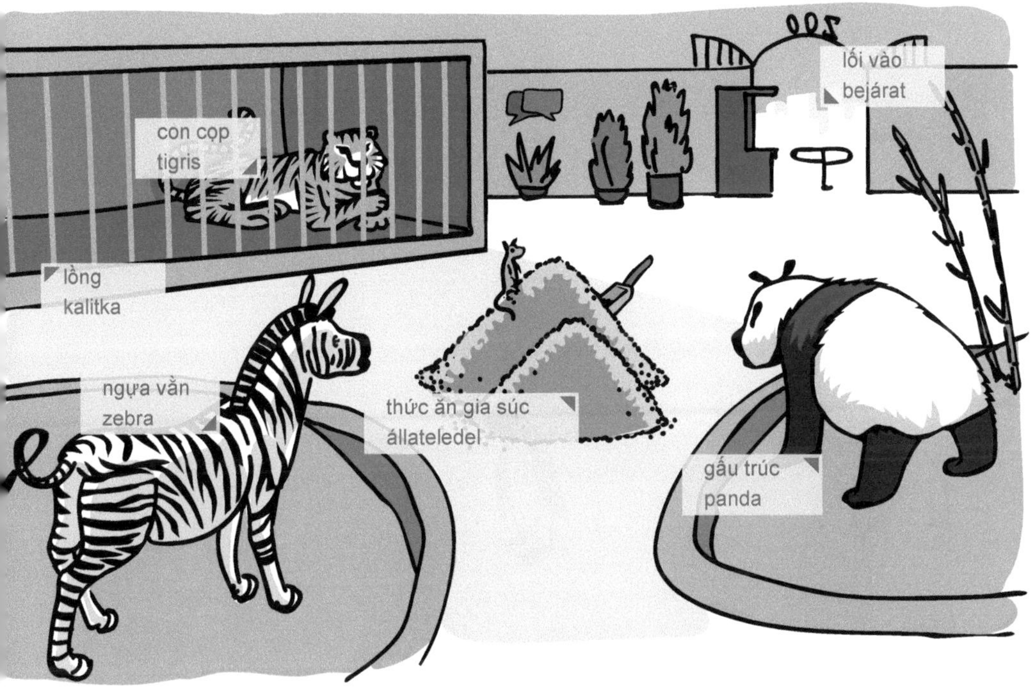

con cọp
tigris
lối vào
bejárat
lồng
kalitka
ngựa vằn
zebra
thức ăn gia súc
állateledel
gấu trúc
panda

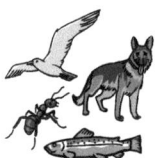

động vật

állatok

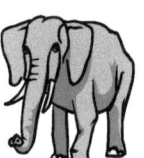

con voi

elefánt

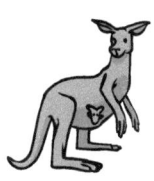

chuột túi

kenguru

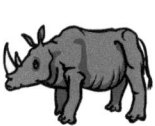

tê giác

orrszarvú

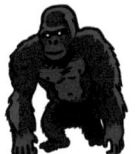

khỉ đột

gorilla

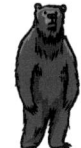

con gấu

medve

lạc đà
teve

đà điểu
strucc

sư tử
oroszlán

con khỉ
majom

hồng hạc
flamingó

con vẹt
papagáj

gấu bắc cực
jegesmedve

chim cánh cụt
pingvin

cá mập
cápa

con công
páva

con rắn
kígyó

cá sấu
krokodil

người trông giữ vườn bách
thú
állatgondozó

hải cẩu
fóka

báo đốm
jaguár

ngựa lùn

póniló

con báo

leopárd

hà mã

víziló

hươu cao cổ

zsiráf

đại bàng

sas

heo rừng

vaddisznó

cá

hal

con rùa

teknős

hải mã

rozmár

con cáo

róka

linh dương

gazella

bóng bầu dục Mỹ
amerikai futball

đua xe đạp
kerékpározás

quần vợt
tenisz

bóng rổ
kosárlabda

bơi
úszás

đấm bốc
boksz

khúc côn cầu trên băng
jégkorong

bóng đá
futball

cầu lông
tollas

điền kinh
atlétika

bóng ném
kézilabda

trượt tuyết
síelés

polo
lovaspóló

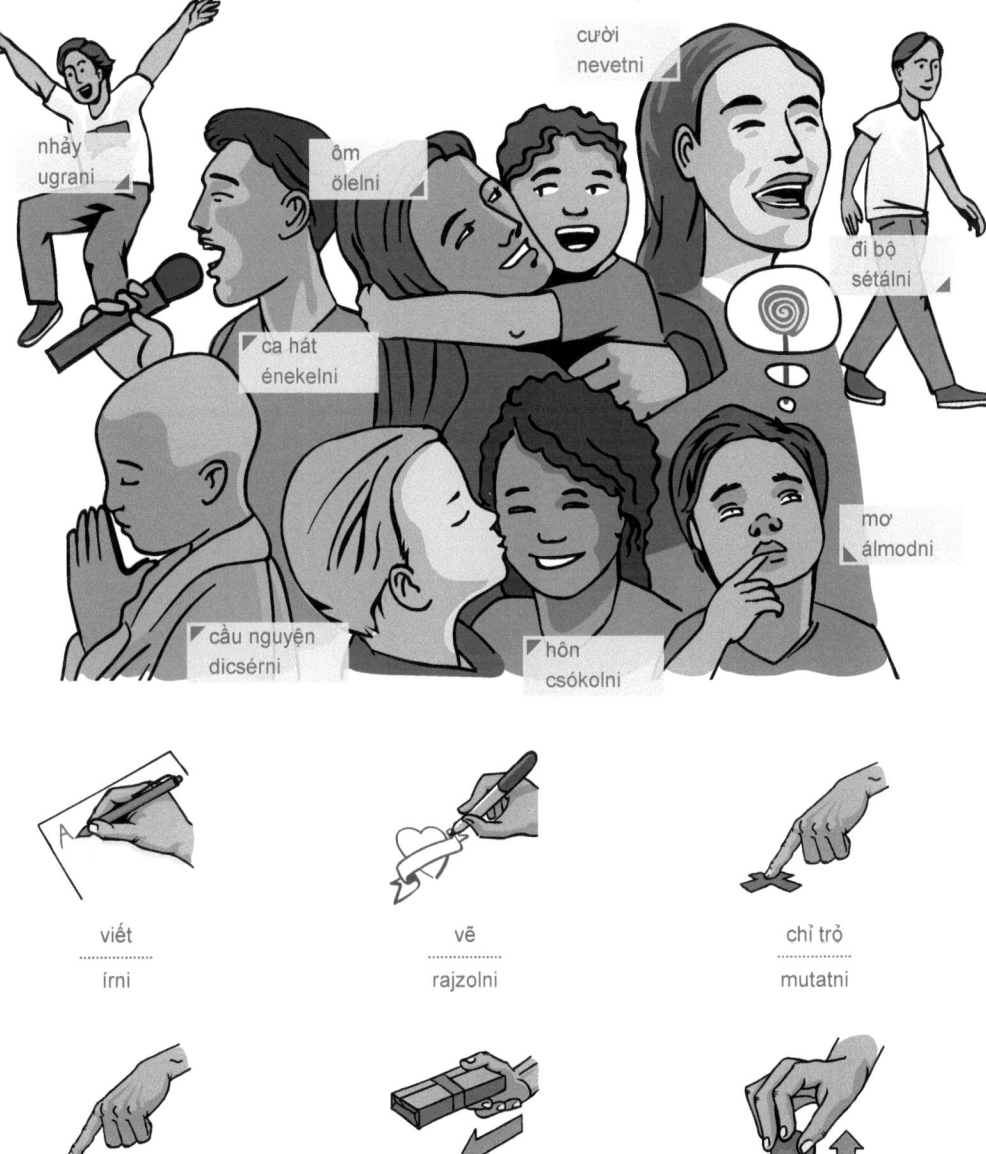

nhảy
ugrani

cười
nevetni

ôm
ölelni

đi bộ
sétálni

ca hát
énekelni

mơ
álmodni

cầu nguyện
dicsérni

hôn
csókolni

viết	vẽ	chỉ trỏ
írni	rajzolni	mutatni

đẩy	cho	lấy đi
tolni	adni	vinni

có
....
birtokolni

làm
....
csinálni

thì / là
....
lenni

đứng
....
állni

chạy
....
futni

kéo
....
húzni

ném
....
hajít

rơi
....
esni

nằm
....
hazudni

chờ đợi
....
várni

mang vác
....
vinni

ngồi
....
ülni

mặc quần áo
....
felvenni

ngủ
....
aludni

thức dậy
....
felébredni

xem
ránézni

khóc
sírni

vuốt ve
simogat

chải
fésülni

nói chuyện
beszélni

hiểu
megérteni

câu hỏi
kérdezni

nghe
hallgatni

uống
inni

ăn
enni

dọn dẹp
takarítani

yêu
szeretni

nấu nướng
főzni

lái xe
vezetni

bay
szállni

đi thuyền buồm
vitorlázni

tính toán
számol

đọc
olvasni

học
tanulni

làm việc
dolgozni

cưới
házasodni

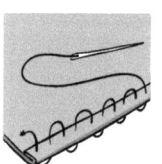

khâu vá
varrni

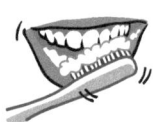

đánh răng
fogat mosni

giết
ölni

hút thuốc
dohányozni

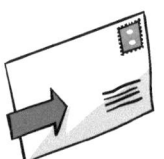

gửi đi
küldeni

gia đình
család

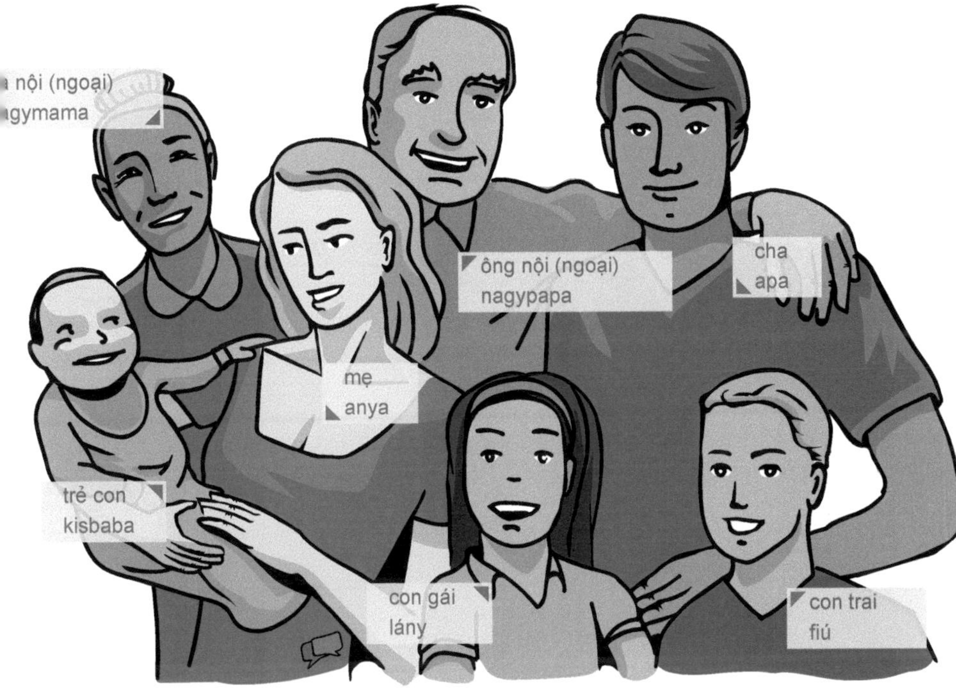

nội (ngoại)
gymama
ông nội (ngoại)
nagypapa
cha
apa
mẹ
anya
trẻ con
kisbaba
con gái
lány
con trai
fiú

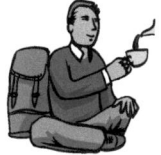

khách

vendég

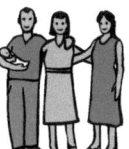

cô (dì)

nagynéni

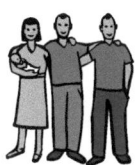

chú, bác (cậu)

nagybácsi

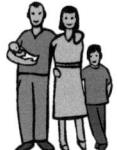

anh (em) trai

fiútestvér

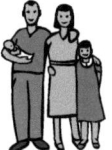

chị (em) gái

lánytestvér

cơ thể
test

trán
homlok
mắt
szem
vai
váll
ngón tay
ujj
mặt
arc
cằm
áll
bàn tay
kéz
chân
láb
ngực
mell
cánh tay
kar

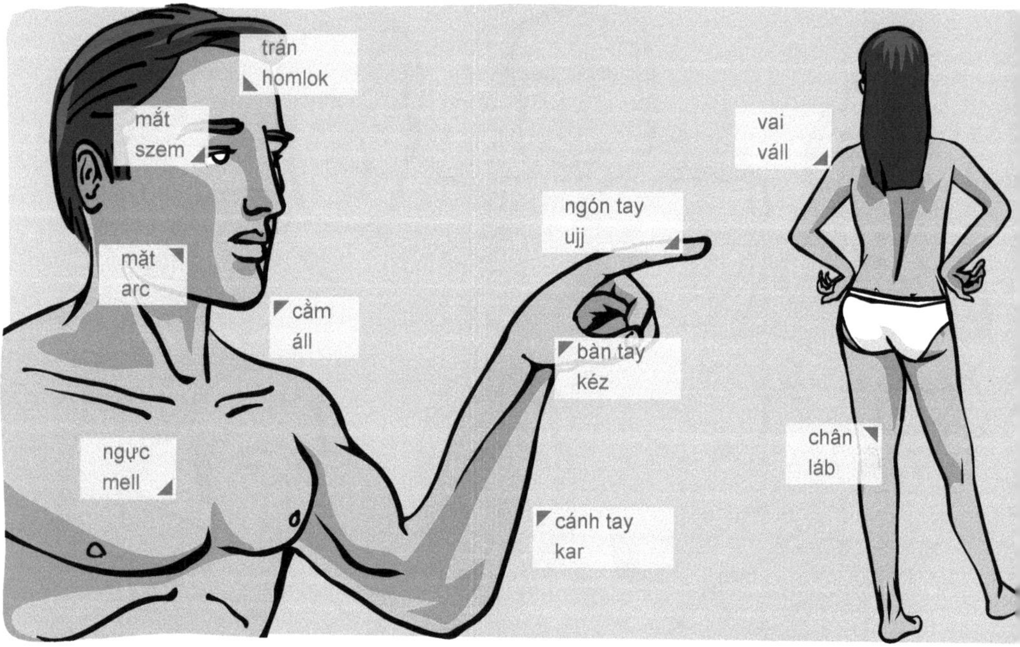

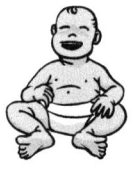

trẻ con
kisbaba

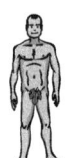

đàn ông
ember

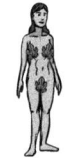

phụ nữ
nő

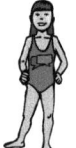

bé gái
lány

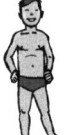

bé trai
fiú

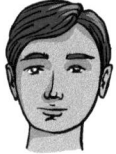

đầu
fej

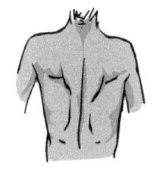

lưng

hát

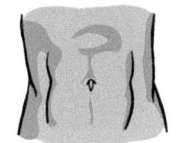

bụng

has

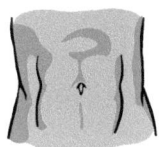

rốn

köldök

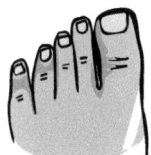

ngón chân

lábujj

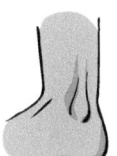

gót chân

sarok

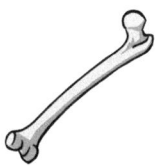

xương

csont

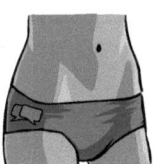

hông

csípő

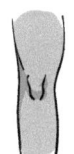

đầu gối

térd

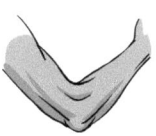

khuỷu tay

könyök

mũi

orr

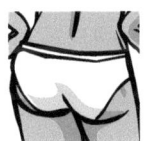

mông

fenék

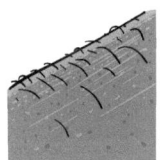

da

bőr

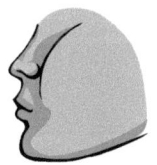

má

orca

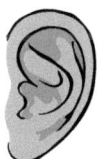

tai

fül

môi

ajak

miệng
száj

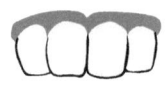

răng
fog

lưỡi
nyelv

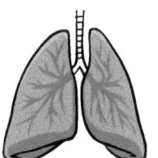

não
agy

tim
szív

cơ bắp
izom

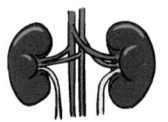

phổi
tüdő

gan
máj

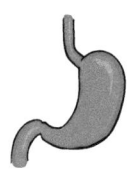

dạ dày
gyomor

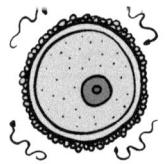

thận
vese

giao hợp
szex

bao cao su
kondom

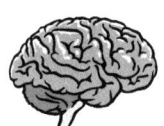

noãn
petesejt

tinh dịch
sperma

mang thai
terhesség

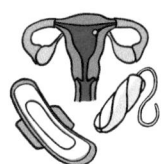

kinh nguyệt

menstruáció

âm vật

vagina

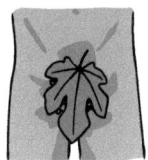

dương vật

pénisz

lông mày

szemöldök

tóc

haj

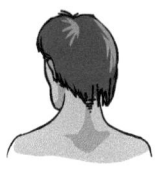

cổ

nyak

bệnh viện
kórház

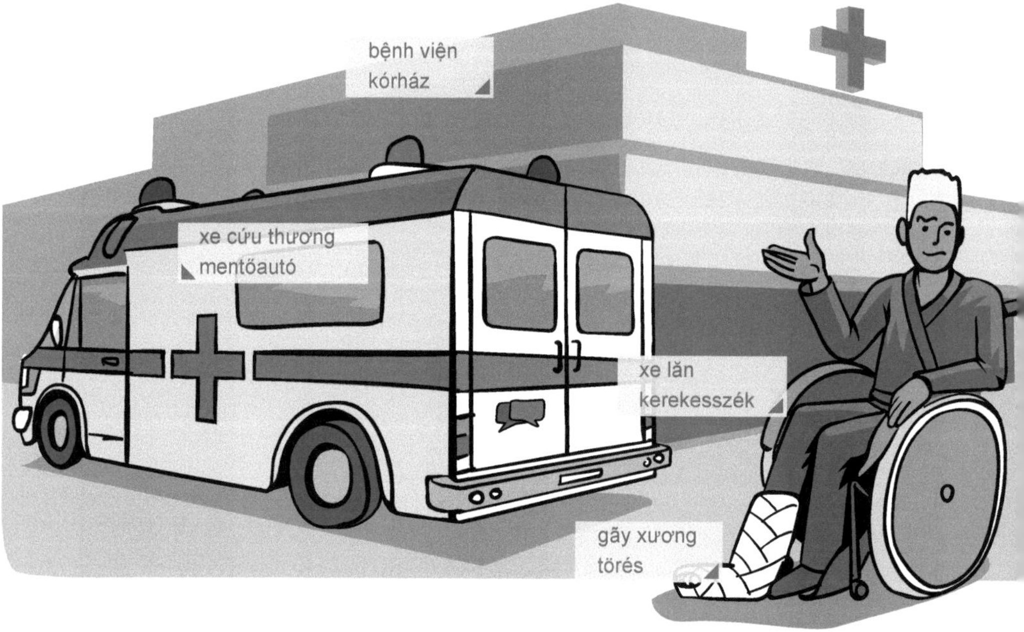

bệnh viện
kórház
xe cứu thương
mentőautó
xe lăn
kerekesszék
gãy xương
törés

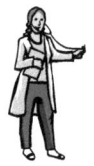

bác sĩ

orvos

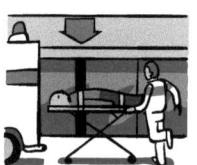

phòng cấp cứu

sürgősségi osztály

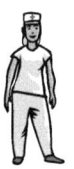

y tá

ápoló

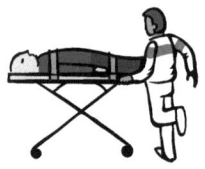

cấp cứu

vészhelyzet

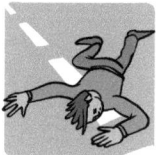

bất tỉnh

eszméletlen

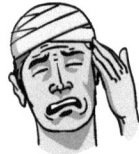

cơn đau

fájdalom

bị thương

sérülés

chảy máu

vérzés

nhồi máu cơ tim

szívroham

đột quỵ

szélütés

dị ứng

allergia

ho

köhögés

sốt

láz

cúm

influenza

tiêu chảy

hasmenés

đau đầu

fejfájás

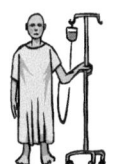

ung thư

rák

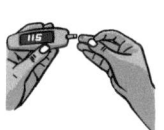

bệnh tiểu đường

cukorbetegség

bác sĩ phẫu thuật

sebész

dao mổ

szike

giải phẫu

műtét

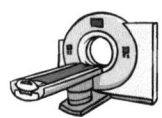

chụp cắt lớp

CT

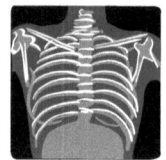

chụp x-quang

röntgen

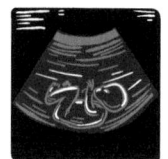

siêu âm

ultrahang

mặt nạ

arcmaszk

bệnh

betegség

phòng đợi

váróterem

cái nạng

mankó

băng dán vết thương

sebtapasz

băng bó

kötszer

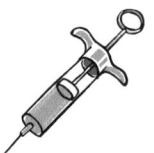

tiêm thuốc

injekció

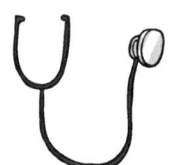

ống nghe khám bệnh

sztetoszkóp

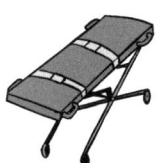

băng ca

hordágy

nhiệt kế

klinikai hőmérő

sinh đẻ

születés

thừa cân

túlsúly

máy trợ thính
hallókészülék

chất khử trùng
fertőtlenítőszer

nhiễm trùng
fertőzés

vi rút
vírus

HIV / AIDS
HIV/AIDS

thuốc
orvosság

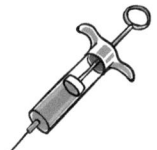

tiêm chủng
oltás

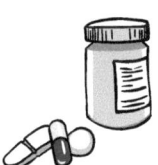

thuốc viên
tabletták

viên thuốc
tabletta

gọi cấp cứu
sürgösségi hívás

máy đo huyết áp
vérnyomásmérö

bệnh / khỏe mạnh
betegség / egészség

cứu!

Segítség!

báo động

riasztás

cuộc đột kích

rajtaütés

sự tấn công

támadás

mối nguy hiểm

veszély

lối thoát hiểm

vészkijárat

cháy!

tűz!

bình chữa cháy

tűzoltókészülék

tai nạn

baleset

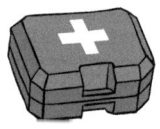

bộ dụng cụ sơ cứu

elsősegélycsomag

SOS

SOS

cảnh sát

rendőrség

châu Âu

Európa

Bắc Mỹ

Észak-Amerika

Nam Mỹ

Dél-Amerika

châu Phi

Afrika

châu Á

Ázsia

châu Úc

Ausztrália

Đại Tây Dương

Atlanti-óceán

Thái Bình Dương

Csendes-óceán

Ấn Độ Dương

Indiai-óceán

Nam Cực Dương

Déli-óceán

Bắc Băng Dương

Jeges-tenger

bắc cực

Északi-sark

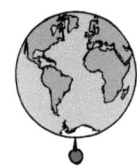

nam cực

Déli-sark

nam cực

Antarktisz

trái đất

föld

đất liền

szárazföld

biển

tenger

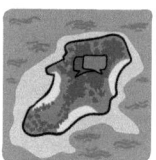

đảo

sziget

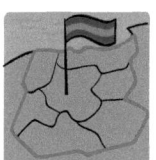

quốc gia

nemzet

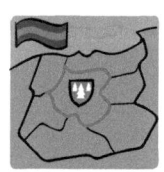

nhà nước

állam

mặt đồng hồ

számlap

kim chỉ giờ

kismutató

kim chỉ phút

nagymutató

kim chỉ giây

másodpercmutató

Bây giờ là mấy giờ?

Mennyi az idő?

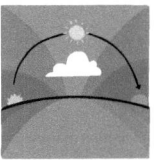

ngày

nap

thời gian

idő

bây giờ

most

đồng hồ điện tử

digitális óra

phút

perc

giờ

óra

thứ Hai / hétfő — MO
thứ Tư / szerda — W
thứ Sáu / péntek — FR
TU
TH
SA
thứ Ba / kedd
thứ Bảy / szombat
thứ Năm / csütörtök
SO
Chủ Nhật / vasárnap

hôm qua
tegnap

hôm nay
ma

ngày mai
holnap

buổi sáng
reggel

buổi trưa
dél

buổi tối
este

ngày làm việc
hétköznap

cuối tuần
hétvége

năm
év

mưa
eső
cầu vồng
szivárvány
gió
szél
tuyết
hó
mùa xuân
tavasz
mùa thu
ősz
mùa hè
nyár
mùa đông
tél

4.APRIL 11°
5.APRIL 4°
6.APRIL 13°
7.APRIL 8°
8.APRIL 10°

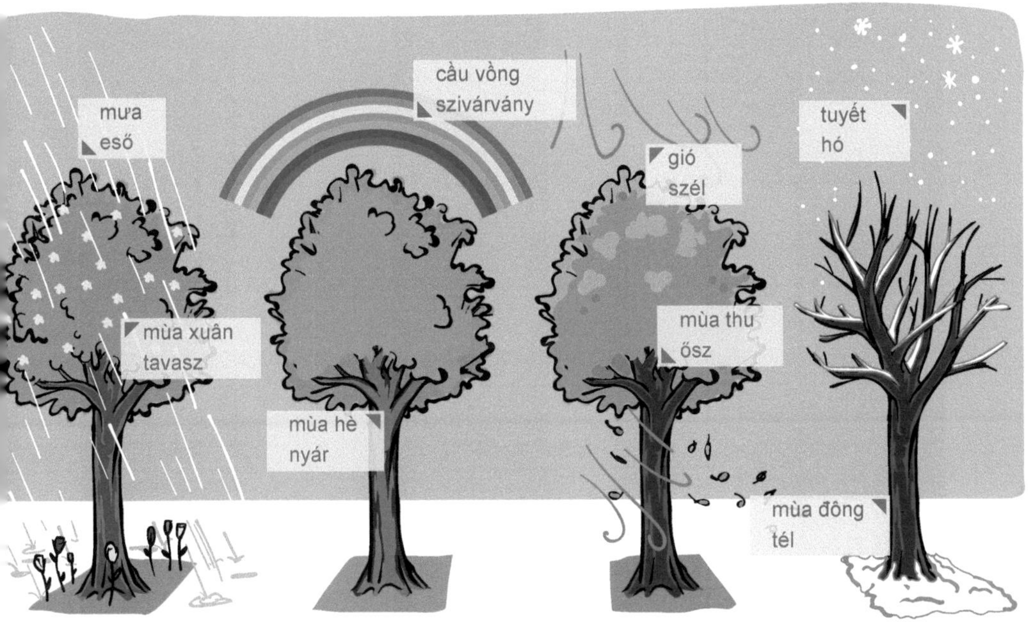

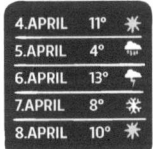

dự báo thời tiết

időjárás előrejelzés

F C
120 40
90 30
60 20
30 10
0 0
-30 -10
-20

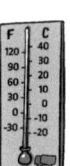

nhiệt kế

hőmérő

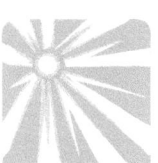

ánh nắng

napsütés

mây

felhő

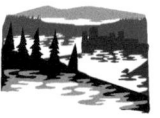

sương mù

köd

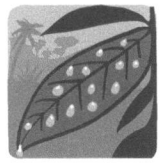

độ ẩm không khí

páratartalom

tia chớp

villámlás

sấm sét

mennydörgés

cơn bão

vihar

mưa đá

jégeső

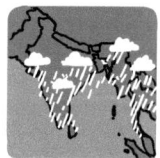

gió mùa

monszun

lũ lụt

áradás

nước đá

jég

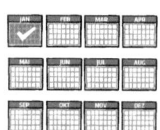

tháng Một

január

tháng Hai

február

tháng Ba

március

tháng Tư

április

tháng Năm

május

tháng Sáu

június

tháng Bảy

július

tháng Tám

augusztus

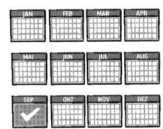

tháng Chín

szeptember

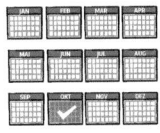

tháng Mười

október

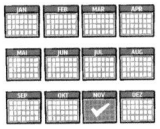

tháng Mười Một

november

tháng Mười Hai

december

hình dạng
alakzatok

hình tròn

kör

hình vuông

négyzet

hình chữ nhật

téglalap

hình tam giác

háromszög

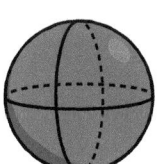

hình cầu

gömb

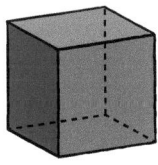

khối vuông

kocka

màu trắng

fehér

màu vàng

sárga

màu cam

narancs

màu hồng

rózsaszín

màu đỏ

piros

màu tím

lila

màu xanh dương

kék

màu xanh lá cây

zöld

màu nâu

barna

màu xám

szürke

màu đen

fekete

nhiều / ít

sok / kevés

tức tối / điềm tĩnh

mérges / nyugodt

xinh đẹp / xấu xí

szép / csúnya

bắt đầu / kết thúc

kezdet / vég

to / nhỏ

nagy / kicsi

sáng / tối

világos / sötét

anh (em) trai / chị (em) gái

fivér / nővér

sạch / bẩn

tiszta / koszos

đủ / thiếu

teljes / nem teljes

ngày / đêm

nappal / éjszaka

chết / sống

halott / élő

rộng / chật hẹp

széles / keskeny

ăn được / không ăn được

ehető / nem ehető

ác / tử tế

gonosz / kedves

hào hứng / chán nản

izgatott / unott

béo / gầy

kövér / vékony

đầu tiên / cuối cùng

elsö / utolsó

bạn / thù

barát / ellenség

đầy / rỗng

teli / üres

cứng / mềm

kemény / puha

nặng / nhẹ

nehéz / könnyű

đói / khát

éhség / szomjúság

bệnh / khỏe mạnh

betegség / egészség

bất hợp pháp / hợp pháp

illegális / legális

thông minh / ngu

intelligens / buta

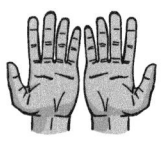

trái / phải

bal / jobb

gần / xa

közel / távol

mới / cũ

új / használt

không có gì cả / có cái gì đó

semmi / valami

già / trẻ

idős / fiatal

bật / tắc

be / ki

mở / đóng

nyitva / zárva

im lặng / ồn ào

csendes / hangos

giàu / nghèo

gazdag / szegény

đúng / sai

helyes / helytelen

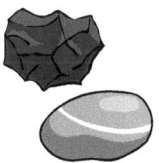

sần sùi / mịn màng

érdes / sima

buồn / vui

szomorú / vidám

ngắn / dài

rövid / hosszú

chậm / nhanh

lassú / gyors

ẩm ướt / khô ráo

nedves / száraz

ấm áp / mát mẻ

meleg / hideg

chiến tranh / hòa bình

háború / béke

0

số không

nulla

1

một

egy

2

hai

kettő

3

ba

három

4

bốn

négy

5

năm

öt

6

sáu

hat

7

bảy

hét

8

tám

nyolc

9

chín

kilenc

10

mười

tíz

11

mười một

tizenegy

12

mười hai

tizenkettő

13

mười ba

tizenhárom

14

mười bốn

tizennégy

15

mười lăm

tizenöt

16

mười sáu

tizenhat

17

mười bảy

tizenhét

18

mười tám

tizennyolc

19

mười chín

tizenkilenc

20

hai mươi

húsz

100

một trăm

száz

1.000

một ngàn

ezer

1.000.000

một triệu

millió

tiếng Anh

angol

tiếng Anh Mỹ

amerikai angol

tiếng Quan Thoại

mandarin kínai

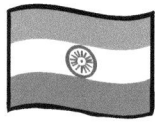

tiếng Hin-di

hindi

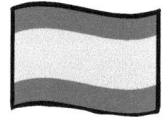

tiếng Tây Ban Nha

spanyol

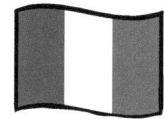

tiếng Pháp

francia

tiếng Ả-rập

arab

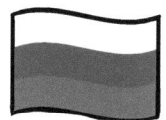

tiếng Nga

orosz

tiếng Bồ Đào Nha

portugál

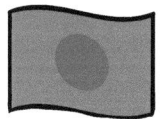

tiếng Bengal

bengáli

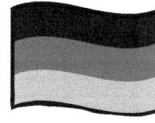

tiếng Đức

német

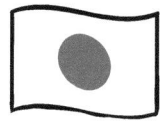

tiếng Nhật

japán

tôi

én

bạn

te

anh ta / cô ta / nó

ő

chúng tôi

mi

các bạn

ti

họ

ők

ai?

ki?

cái gì?

mi?

như thế nào?

hogyan?

ở đâu?

hol?

lúc nào?

mikor?

tên

név

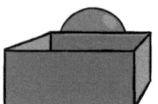

phía sau

mögött

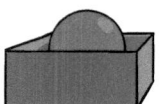

ở trong

benne

phía trước

elötte

phía trên

felette

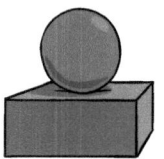

ở trên

rajta

ở dưới

alatta

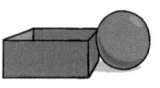

bên cạnh

mellett

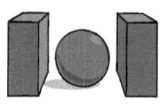

ở giữa

között

chỗ

hely